Bánh và Điểm Sấm

Lâm Thái

AuthorHouse™
1663 Liberty Drive
Bloomington, IN 47403
www.authorhouse.com
Phone: 1-800-839-8640

First published by AuthorHouse   9/30/2010

ISBN: 978-1-4520-6407-9 (sc)

Library of Congress Control Number: 2010911942

Printed in the United States of America

This book is printed on acid-free paper.

Lời Tựa

Hầu hết người Việt, nam, phụ, lão, ấu, xưa cũng như nay đều thích thưởng thức các món Điểm Sấm và các loại bánh ngọt người Hoa.

Bao năm qua chỉ riêng người Hoa cung cấp các thức ăn đó đến cho người Việt. Ngon hay dở, đúng hay sai là tùy thuộc vào các đầu bếp thiện nghệ hay không?

Hơn nữa biết làm thế nào để chứng minh điều đó. Vì thế cho đến nay vẫn chưa tìm được một quyển sách tiếng Việt hướng dẫn đúng cách vừa thật tình vừa dễ hiểu và đáng tin cậy.

Tôi, Lâm Thái, sinh tại Sài Gòn, có hơn 26 năm kinh nghiệm làm Điểm Sấm Hong Kong, đầu bếp chính về Điểm Sấm cho nhiều nhà hàng người Hoa từ Chicago, Los Angeles… đến Washington D.C. Sau khi chứng kiến mỗi cuối tuần khách Việt sắp hàng dài để đợi vào ăn Điểm Sấm, hoặc tìm đến các tiệm bánh người Hoa để mua các loại bánh như bánh bao xá xíu hấp, bánh bao xá xíu nướng, bánh bông lan ly, há cảo, bánh hẹ và nhiều loại bánh khác nữa.

Tôi đã bỏ rất nhiều thì giờ để soạn thảo, phối hợp tất cả các hiểu biết ngọn ngành về nghề nghiệp, đúc kết thành những công thức đơn giản để xuất bản một cuốn sách chỉ dẫn làm thế nào để tự làm được những món Điểm Sấm và bánh ngọt của người Hoa một cách tuyệt hảo mà mình ưa thích bấy lâu nay.

Xin giới thiệu đến quý vị quyển sách tự làm Điểm Sấm và bánh ngọt người Hoa:

KHÔNG CẦN BÍ QUYẾT, AI CŨNG LÀM ĐƯỢC

Lâm Thái

Hướng Dẫn

❖ **Tortilla Press:**

Dùng để ép bột mỏng, gói há cảo, bánh hẹ hấp, bánh hẹ chiên, Lâm Thái X.O. Sauce Cảo. Tortilla press chỉ bán tại các siêu thị Mễ (Latino market).

❖ **Bột Khai (Ammonium Carbonate Powder):**

Khi đánh bột ủ làm bánh bao xá xíu hấp, cần phải cho một tí bột khai vào đánh chung để giúp bánh bao nở lớn. Bột khai này không có bán tại các siêu thị Mỹ hoặc siêu thị Á châu, cần phải nhờ các siêu thị Á châu đặt mua giùm, hoặc gọi số 1-800-222-2454 để mua.

❖ **Dried Scallop:**

Dùng làm scallop chà bông, hoặc làm Lâm Thái X.O. Sauce. Dried scallop thường bán ở siêu thị Á châu của người Hoa.

❖ **Meringue Powder:**

Khi làm kem thì cho một tí meringue powder vào đánh chung với shortening, bơ và kem sẽ giữ được lâu mà không bị chảy nước.
Nếu quý vị nào muốn mua meringue powder, sprinkles, icing color, muffin pan, baking cups, khuôn bánh, thì hãy đến ở cửa hàng Party Store, Party City, ở đó có khá đủ loại về làm bánh.

Men Nổi (Dry Yeast):

Dùng làm vỏ bánh bao nướng, hoặc bánh bao cadế. Dry Yeast có bán ở các siêu thị Mỹ.

Knot Gelatin:

Dùng làm Xoài Pudding hoặc Cá Gelatin, Knot gelatin có bán tại các siêu thị Mỹ.

❖ **Mango Concentrated Juice:**

Khi làm Xoài Pudding, cho một tí mango concentrated juice vào sẽ rất thơm mùi xoài. Muốn mua Mango concentrated juice, thì gọi số 1-800-386-6868.

❖ **Cream of Tartar:**

Khi làm bánh bông lan, thì cho một tí cream of tartar vào lòng trắng trứng gà đánh chung, mau nổi, đặc mà không bị chảy nước.

Quý vị có thể mua cream of tartar tại các siêu thị Mỹ hoặc gọi 1-800-222-2454 để mua. 5 pounds of Cream of tartar chỉ $25 (twenty-five dollars), vừa rẽ, vừa tiện.

❖ **Bột Mì (High Gluten Flour):**

Bột mì nầy dùng để làm vỏ bánh bao nướng. Khi mua bột cần phải lưu ý, phải có chữ "High Gluten Flour" mới được vì có nhiều hiệu khác nhau. Bột mì nầy chỉ bán sỉ; có thể mua ở Costco whole sale club hoặc nhờ các siêu thị Á châu đặt mua dùm.

❖ **Bột Mì hiệu Conagra Mills American Beauty - High Ratio Cake Flour:**

Bột mì nầy rất thích hợp dùng để làm bánh bông lan ly, và bột nầy cũng làm được bánh bao xá xíu hấp, hoặc bánh bao cadế. Giá bột mì là $13 (thirteen dollars) cho 50 pounds. Quý vị cần phải nhờ các siêu thị Á châu đặt mua dùm - Bột nầy chỉ bán sỉ: www.conagramills.com và click vào cake and pastry.

- ❖ **Bột Mì hiệu Bông Hồng, Wheat Flour, hoặc Best Cake Flour:**

  Hai loại bột nầy rất thích hợp dùng để làm bánh bao xá xíu hấp và bột này cũng làm được bánh bông lan ly.

  Làm bánh bông lan và bánh bao xá xíu hấp; hai loại bánh nầy rất kén bột, chứ không phải bột mì nào cũng làm được bánh mềm, mịn và ngon.

- ❖ **Cách Xử Dụng Máy Đánh Trứng "Kitchen Aid":**

  Dough hook: dùng để đánh bột làm vỏ bánh bao nướng và đánh bột làm bánh bao xá xíu hấp.

  Wire whisk: dùng để đánh lòng đỏ và lòng trắng trứng gà để làm bánh bông lan.
  Paddle: dùng để đánh thịt, tôm để làm nhân xíu mại và chạo tôm.
  Ghi chú: Nếu quý vị muốn mua máy đánh trứng, thì nên mua loại
  Professional 600., rất thích hợp để đánh bột làm bánh bao nướng,
  bánh bao xá xíu hấp, nhân xíu mại, và chạo tôm. v.v.

- ❖ **Nướng Bánh:**

  Luôn luôn vặn nóng lò "Bake" trước 10 phút, mới cho bánh vào lò nướng. Không nên vừa vặn nóng lò, thì cho bánh vào lò nướng ngay.

- ❖ **Hấp Bánh:**

  Luôn luôn bắc nồi nước lên nấu cho thật sôi, mới cho bánh vào hấp. Đừng bao giờ hấp bánh, khi nước chưa được nấu thật sôi.

- ❖ **Cách Thử Để Biết Bánh Đã Chín**

  Dùng que tre xâm vào giữa bánh và rút ra, nếu bột không dính que, thì bánh đã chín.

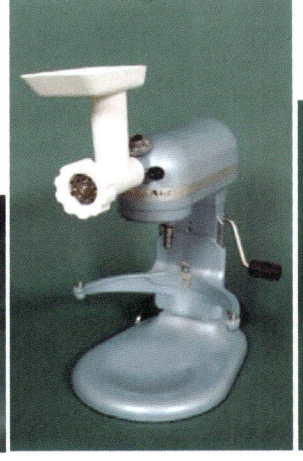

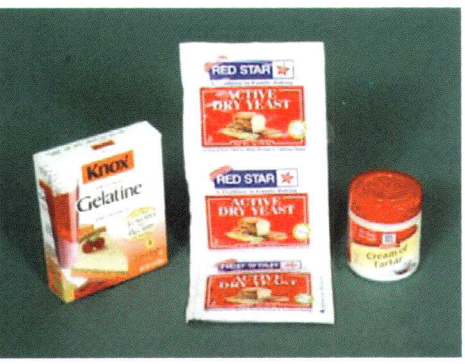

MỤC LỤC

Bánh

Điểm Sấm

Bánh Bao Cadé

Nguyên Liệu:

- 2 pounds bột mì (wheat flour hoặc cake flour)
- 8 ounces nước ấm 105 độ F
- 8 ounces nước lạnh
- 6 ounces đường cát
- 2 muỗng canh dầu shortening
- 1 gói men nổi (dry yeast)
- 1 muỗng canh bột nổi (baking powder)
- Giấy sáp (waxed paper)
- Nhân Cadé (Xin xem phần nhân Cadé)

Cách Làm:

Phần 1   Trộn men nổi, 1 muỗng canh đường cát và nước ấm vào tô nhỏ, quậy một tí, rồi để khoảng 10 phút, thì nổi bọt.

Phần 2   Đem bột mì, phần đường cát còn lại, dầu shortening, bột nổi, nước lạnh và lấy ở phần 1, hỗn hợp men cho vào tô của máy đánh trứng. Đánh với tốc độ số 2 cho đến khi bột không còn dính vào thành tô nữa, thì lấy bột ra bàn có phủ bột áo nhồi sơ lại, dùng giấy kiếng bọc lại, và để ủ khoảng 10 phút.

Phần 3   Cắt bột ra từng phần nhỏ, mỗi phần khoảng 1-1/2 ounces, vo tròn, dùng tay ấn bột tròn mỏng. Cho nhân Cadé vào giữa gói lại, để lên giấy sáp, bỏ nơi ấm khoảng 30-35 phút, hoặc bánh nở lên gấp đôi là được.

Phần 4   Bắc nồi nước lên nấu cho thật sôi, cho bánh vào hấp khoảng 3 phút. Mở nắp ra khoảng 10 giây, rồi đậy nắp lại hấp tiếp khoảng 8-9 phút thì bánh chín.

Nhân Cadé

Nguyên Liệu:

- 8 ounces đường cát
- 6 ounces nước
- 5 ounces sữa evaporated
- 5 ounces nước cốt dừa (1 lon nhỏ nước cốt dừa)
- 5 trứng gà
- 4 ounces bơ (butter hay margarine)
- 6 ounces bột bắp (cornstarch)
- 1/4 muỗng cà phê màu vàng (yellow food color)

Cách Làm:

Phần 1: Hỗn hợp trứng gà, bột bắp vào thau nhỏ đánh tan. Sau đó cho nước cốt dừa, màu vàng vào trộn đều, để một bên.

Phần 2: Cho nước, đường cát, sữa evaporated, bơ hoặc margarine vào xoong, đặt lên bếp nấu sôi thì giảm lửa vừa. Lấy hỗn hợp ở phần 1, vừa đổ vừa quậy liên tục cho đến khi đặc, múc ra để nguội, rồi cho vào tủ lạnh 5 tiếng hoặc để qua một đêm thì càng tốt.

Kem

Nguyên Liệu:

- 16 ounces shortening
- 16 ounces margarine mềm
- 10 ounces đường bột
- 8 ounces bơ mềm
- 2 muỗng cà phê meringue powder (tùy thích)

Cách Làm: Cho bơ mềm, margarine mềm, shortening, meringue powder vào tô của máy đánh trứng, đánh với tốc độ số 10 nhanh, khoảng 5 phút ngừng máy, dùng muỗng spatula quét dưới đáy tô, rồi đánh tiếp khoảng 10 phút. Sau đó giảm tốc độ xuống số 2, cho đường, bột vào từ từ, rồi tăng tốc độ lên số 8, đánh tiếp khoảng 6 phút. Múc kem ra tô nhỏ, dùng giấy kiếng bọc lại, để vào tủ lạnh.

Bánh Bao Kem

Nguyên Liệu:

- Vỏ bánh bao nướng (Xin xem phần vò bánh bao nướng)
- Cơm dừa xấy khô
- Bơ hơ chảy
- Lòng đỏ trứng gà
- Giấy sáp (waxed paper)
- Kem (Xin xem phần kem)

Cách Làm:

Phần 1: Cắt vỏ bánh bao nướng thành từng phần nhỏ, mỗi phần khoảng 2 ounces. Vo tròn để vào khay khoảng 10 phút. Sau đó dùng tay ấn bột vo tròn dài, đặt vào khay trở lại có lót giấy sáp.

Phần 2: Vặn nóng lò (warm oven), 95 độ F, cho bánh vào lò khoảng 35 - 40 phút, hoặc nở lên gấp đôi là được.

Phần 3: Vặn nóng lò, lửa dưới (bake) ở nhiệt độ 320 độ F trước 10 phút. Lòng đỏ trứng gà đánh tan, phết lên mặt bánh rồi đem nướng khoảng 20-25 phút. Khi bánh có màu vàng đậm, lấy ra khỏi lò, phết bơ hơ chảy lên mặt bánh và rắc lên một tí cơm dừa xấy khô, để nguội.

Phần 4: Lấy dao cắt vào giữa bánh rồi trét kem vào giữa là được.

Bánh Bao Khóm

Nguyên Liệu:

- Vỏ bánh bao nướng (xin xem phần vỏ bánh bao nướng)
- Nhân Cadế (xin xem phần cadế)
- 2 lòng đỏ trứng gà
- 2 ounces đường cát
- 1 ounce nước sôi
- Giấy sáp (waxed paper)
- Vỏ bột bánh bao khóm (xin xem phần vỏ bột bánh bao khóm)

Cách Làm:

Phần 1: Cắt vỏ bánh bao nướng thành từng phần nhỏ, mỗi phần khoảng 2 ounces, vo tròn để vào khay khoảng 10 phút. Sau đó dùng tay ấn bột tròn vừa mỏng, cho nhân cadế vào giữa gói lại, để trên giấy sáp, đặt vào khay trở lại.

Phần 2: Vặn nóng lò (warm oven), lửa dưới (bake) ở nhiệt độ 95 độ F. Sau đó cho bánh vào lò khoảng 30-35 phút, hoặc nở lên gấp đôi là được.

Phần 3: Vặn nóng lò lữa dưới (bake) ở nhiệt độ 320 độ F trước 10 phút. Lấy vỏ bột cắt ra từng cục nhỏ, vo tròn để vào chính giữa tortilla press ép mỏng, rồi để trên mặt bánh. Lòng đỏ trứng gà đánh tan, phết lên vỏ bánh và đem nướng khoảng 20-25 phút. Khi bánh có màu vàng đậm, lấy ra khỏi lò. Sau đó, lấy nước đường phết lên mặt bánh.

Vỏ Bánh Bao Khóm

Nguyên Liệu:

- 9 ounces bột mì (cake flour)
- 5 ounces đường cát
- 2 ounces margarine
- 2 ounces dầu lard
- 1 trứng gà
- 1 muỗng cà phê bột nổi (baking powder)
- 1/4 muỗng cà phê màu vàng (yellow food color)

Cách Làm:

Cho tất cả nguyên liệu vào tô của máy đánh trứng, đánh với tốc độ số 2, cho đến khi thành cục bột là được. Lấy bột ra dùng bao nylon gói lại, Cho vào tủ lạnh 3 tiếng hoặc để qua đêm.

❖ Vỏ bánh bao khóm này, có thể làm sẵn, giữ trong tủ lạnh được 7 ngày.

Cơm Rượu

Nguyên Liệu:

- 2 chén cơm nguội
- 1 chén nước ấm 105 độ F
- 2 viên men rượu

Cách Làm: Cho cơm vào tô nhỏ, lấy men rượu cán thành bột cho vào trộn chung cho đều, dùng giấy kiếng (plastic wrap) bọc xong lấy nắp đậy lại, để nơi ấm và ủ 4 ngày, 4 đêm. Sau đó cho 1 chén nước ấm vào trộn đều lại, và tiếp tục ủ thêm 3 ngày 3 đêm là được.

Quý vị cần phải có cơm rượu nầy để làm bột cái bánh bò và bột cái bánh bao dùng để ủ bột làm bánh bò và bánh bao xá xíu hấp.

Bánh Bò

Nguyên Liệu:

- 3-1/4 pounds bột gạo tươi
- 2 pounds đường cát
- 4 cups nước
- 8 ounces bột cái
- 1 viên men rượu (dùng trong mùa đông)

Cách Làm:

Phần 1   Cho đường cát và nước quậy cho tan. Đặt lên bếp nấu cho sôi thì tắt lửa, để nước đường ấm chứ không để nguội.

Phần 2   Đem bột gạo tươi, cho vào tô của máy đánh trứng, đánh với tốc độ số 2. Sau đó lấy nước đường ấm ở phần 1, đổ vào từ từ, đánh cho đến khi nguội. Rồi lấy bột bánh bò cái cho vào đánh khoảng 1 phút, đổ bột ra thau dùng giấy kiếng bọc. Lấy nắp đậy lại, để chỗ ấm và ủ khoảng 15 tiếng thì nổi bọt.

Phần 3   Trước khi hấp, nên nhớ chừa trước 1 pound bột ủ để làm bột cái cho lần sau. Vớt bỏ bọt, trước khi múc vào khuôn có thoa dầu ăn và hấp khoảng 30-35 phút. Tùy theo khuôn lớn hay nhỏ. Lấy bánh bò ra, rồi thoa dầu ăn lên mặt bánh.

Ghi Chú:

- ❖ Nếu bột ủ chưa nổi bọt nhiều, thì đừng nên hấp. Lấy thau bột ủ, để trên thau nước ấm khoảng 3-4 tiếng, thì bột nổi bọt nhiều sau đó mới hấp.
- ❖ Thường ủ bột làm bánh bò khoảng 3-4 giờ chiều và chờ đến sáng hôm sau mới hấp. Nếu mùa đông thì ủ bột khoảng 8-9 giờ sáng và chờ đến sáng hôm sau mới hấp.

Bột Cái Làm Bánh Bò

Nguyên Liệu:

- 12 ounces bột gạo tươi
- 7 ounces nước
- 3 ounces cơm rượu
- 1 muỗng cà phê bột nổi (baking powder)

Cách Làm:

Cho tất cả nguyên liệu vào tô nhỏ trộn đều, rồi dùng giấy nylon bọc lại
Sau đó ủ khoảng 2 – 3 đêm là được. Quý vị cần phải có bột cái nầy
để ủ bột làm bánh bò. Nên nhớ mỗi lần làm bánh bò phải chừa lại
1 pound để làm bột cái cho lần sau. Không cần làm lại bột cái nữa,
chỉ cần bột ủ là được.

Bông Lan Dừa

Nguyên Liệu: **Bánh Bông Lan Ly** (Xin xem phần Bánh Bông Lan Ly)

- Khuôn bánh tròn
- Dừa sợi nhỏ
- Giấy sáp (waxed paper)
- Kem (xin xem phần kem)

Cách Làm: Xin xem phần bánh Bông Lan Ly cách đánh trứng và pha bột.

Phần 1:   Múc hỗn hợp trứng vào khuôn có lót giấy sáp sẵn đầy khoảng 90% và nướng khoảng 45 - 50 phút. Dùng que tre xâm vào bánh và rút ra, nếu bột không dính que, thì bánh đã chín. Lấy bánh ra khỏi lò, để nguội, trút ra.

Phần 2:   Lấy kem phết lên xung quanh và mặt bánh. Sau đó lấy dừa sợi nhỏ rắc lên trên kem là được.

Bánh Bông Lan Ly

Nguyên Liệu:

- 12 trứng gà lớn (jumbo)
- 9 ounces bột mì (hiệu Conagra Mills - American beauty - Cake flour)
- 8 ounces đường cát
- 4 ounces nước
- 4 ounces dầu ăn
- 1 muỗng cà phê cream of tartar
- 2 muỗng cà phê bột nổi (baking powder)
- 1 muỗng cà phê vanilla
- Giấy sáp (waxed paper)
- Khuôn bánh (muffin pan)

Cách Làm:

Phần 1   Vặn nóng lò lửa dưới (bake) ở nhiệt độ 260 độ F. Trước 10 phút, cắt giấy sáp lót vào trong khuôn.

Phần 2   Tách riêng lòng đỏ, lòng trắng trứng gà.

Phần 3   Đem lòng đỏ, nước, dầu ăn, vanilla, 4 ounces đường cát, bột mì và bột nổi rây chung. Cho vào tô của máy đánh trứng, đánh với tốc độ số 10 nhanh. Khoảng 10 phút, sau đó đổ ra một bên.

     <u>Ghi Chú:</u> Khi đánh lòng trắng trứng gà, nên nhớ tô của máy đánh trứng và cái whisk phải rửa sạch, lau khô.

Phần 4   Cho lòng trắng trứng gà, cream of tartar và 4 ounces đường cát còn lại vào tô của máy đánh trứng, đánh với tốc độ số 10 nhanh, khoảng 4-5 phút (không nên đánh lâu quá bánh sẽ bị chai và khô).

Phần 5   Lấy hỗn hợp ở phần 3 đổ vào phần 4, dùng tay hoặc muỗng spatula trộn đều theo một chiều, rồi cũng dùng tay hoặc muỗng múc vào trong khuôn có lót giấy sáp sẵn đầy khoảng 90% và đem nướng 32-35 phút. Dùng que tre xâm vào giữa bánh và rút ra, nếu bột không dính que, thì bánh đã chín. Nếu mặt bánh chưa được vàng đều, thì chuyển lửa trên (broil). Lưu ý, khi mặt bánh vàng đều là được. Lấy bánh ra khỏi khuôn và để nằm trên vĩ lưới khoảng 15 phút. Khi bánh nguội, dùng giấy kiếng (plastic wrap) bọc lại, bánh sẽ giữ được mềm lâu.

Bánh Cam

Nguyên Liệu:

- 16 ounces bột nếp
- 11 ounces nước lạnh
- 6 ounces đường cát
- 5 ounces nước thật sôi
- 2 ounces bột wheat starch
- 2 ounces dầu lard hoặc dầu shortening
- 1 ounce bột gạo tinh khiết

Cách Làm:

Nhân (xin xem phần nhân bánh cam)

Phần 1   Cho bột nếp, bột gạo, đường cát, dầu lard hoặc dầu shortening vào tô của máy đánh trứng.

Phần 2   Lấy nước thật sôi đổ vào bột wheat starch, quậy đều (gọi là lấy trùng). Rồi cho vào hỗn hợp ở phần 1, đánh với tốc độ số 2, khoảng 1 phút. Sau đó, lấy nước đổ vào từ từ và đánh cho đến khi thành cục bột. Lấy ra để nguội, dùng giấy kiếng bọc lại, cho vào tủ lạnh giữ được 5 ngày. Để bột qua một đêm mới làm bánh cam, thì tốt hơn.

Phần 3   Lấy bột ra bàn, nhồi sơ cho bột mềm trở lại. Cắt ra từng phần nhỏ, mỗi phần khoảng 2 ounces. Vo tròn dùng tay ấn bột vừa mỏng, cho nhân vào giữa gói lại. Lăn vào mè trắng, rồi dùng tay vo bánh, để mè bám vào bột nếp.

Phần 4   Bắc chảo dầu nóng ở nhiệt độ 300 F, cho bánh vào chiên. Khi bánh phồng lên, thì tăng nhiệt độ lên 325 F, cho bánh vàng và dòn.

Nhân Bánh Cam

Nguyên Liệu:

- 14 ounces đậu xanh không vỏ
- 14 ounces dừa sợi nhỏ
- 8 ounces đường cát

Cách Làm:

Phần 1: Đậu xanh đem ngâm nước khoảng 6 tiếng, vớt lên để ráo nước, sau đó cho đậu xanh vào hấp khoảng 40 phút.

Phần 2: Cho đậu xanh, dừa sợi nhỏ và đường cát vào tô của máy đánh trứng, đánh với tốc độ số 3 khoảng 5 phút là được, để nguội cho vào tủ lạnh 4 tiếng, hoặc để qua đêm. Nhân bánh cam có thể làm sẵn, giữ trong tủ lạnh được 5 ngày.

Bánh Hạnh Nhân

Nguyên Liệu:

- 18 ounces bột mì (Cake flour)
- 12 ounces đường cát
- 8 ounces dầu lard hoặc dầu shortening
- 1 ounce nước
- 2 muỗng cà phê bột nổi (baking powder)
- 1 trứng gà
- 2 lòng đỏ trứng gà
- 1/6 muỗng cà phê màu vàng (yellow food color)
- 1/4 muỗng cà phê baking soda
- Hạnh nhân nguyên hột

Cách Làm:

Phần 1   Cho đường cát, dầu lard hoặc dầu shortening, trứng gà, nước, màu vàng, vào tô của máy đánh trứng. Đánh với tốc độ số 2 khoảng 3 phút.

Phần 2   Bột mì, bột nổi, baking soda đem rây chung, rồi cho vào hỗn hợp ở phần 1 và đánh với tốc độ số 1 khoảng 4 phút. Lấy bột ra bàn có phủ bột áo, nhồi sơ lại.

Phần 3   Vặn nóng lò, lửa dưới (bake) ở nhiệt độ 320 F trước 10 phút. Cắt bột ra từng phần nhỏ, mỗi phần khoảng 1 ounce. Vo tròn đặt vào khay có lót giấy sáp. Ấn nhẹ hạt hạnh nhân vào giữa. Đánh tan lòng đỏ trứng gà, phết lên mặt bánh và đem nướng khoảng 30-35 phút. Khi bánh có màu vàng đậm, lấy ra khỏi lò, rồi để nguội.

Bánh Củ Năng

Nguyên Liệu:

- 2 cups nước lạnh
- 5 cups nước nóng
- 1-1/4 pounds đường cát
- 8 ounces bột củ năng (water chestnut flour)
- 8 ounces củ năng - xắt nhỏ
- 5 ounces nước cốt dừa
- 3 ounces bột bắp (cornstarch)
- 2 gói bột knox gelatin
- 1/3 muỗng cà phê màu vàng

Cách Làm:

Phần 1 Trộn đều bột củ năng, bột bắp, nước cốt dừa, màu vàng và 2 cups nước lạnh để một bên.

Phần 2 Đem hỗn hợp bột knox gelatin, đường cát, cũ năng xắt nhỏ và 5 cups nước nóng khuấy cho tan. Đặt lên bếp nấu khi sôi thì giảm lửa nhỏ.

Phần 3 Lấy hỗn hợp ở phần 1, đổ vào ở phần 2. Vừa đổ vừa quậy cho đến khi hỗn hợp đặc. Múc vào khuôn có lót giấy kiếng và đem hấp khoảng 40 phút. Để nguội, cho vào tủ lạnh để 5 tiếng hoặc để qua một đêm thì càng tốt.

Phần 4 Cắt bánh củ năng ra từng miếng mỏng rồi chiên dòn, hoặc có thể ăn mềm (tùy thích).

Bánh Cupcakes

Nguyên Liệu: Bánh Bông Lan Ly (Xin xem phần bánh bông lan ly)

- Khuôn bánh - muffin pan
- Giấy baking cups
- Kem (xin xem phần kem)
- Màu - Icing color (tùy thích)
- Sprinkles
- Star tip # 1 M hoặc muỗng

Cách Làm: Xin xem phần bánh bông lan ly, cách đánh trứng và pha bột.

Phần 1:   Vặn nóng lò lửa dưới (bake) ở nhiệt độ 260 F trước 10 phút.

Phần 2:   Dùng 2 muỗng để múc hỗn hợp trứng vào trong khuôn có lót giấy baking cups sẵn, đầy khoảng 90% và đem nướng khoảng 25-30 phút. Dùng que tre xâm vào bánh và rút ra, nếu bột không dính que, thì bánh đã chín. Nếu mặt bánh chưa được vàng lắm, thì chuyển lửa trên (broil). Khi thấy mặt bánh vàng đều là được. Lấy bánh ra khỏi lò, để bánh nguội trên vĩ lưới.

Phần 3:   Lấy màu Icing color pha với kem, sau đó dùng star tip # 1 M hoặc muỗng trét lên mặt bánh, rồi rắc một ít sprinkles lên kem.

Bánh Bông Lan Bơ

Nguyên Liệu:

- 12 ounces đường cát
- 16 ounces bơ mềm (butter)
- 14 ounces bột mì (cake flour)
- 6 trứng gà
- 4 ounces sữa tươi (whole milk)
- 1 muỗng cà phê bột nổi (baking powder)
- 1 muỗng cà phê vanilla
- 2 ounces bơ hơ chảy
- Khuôn bánh

Cách Làm:

Phần 1   Vặn nóng lò, lửa dưới (bake) ở nhiệt độ 350 độ F, trước 10 phút.

Phần 2   Đem bột mì, bột nổi, đường cát cho vào tô của máy đánh trứng, đánh với tốc độ số 3 khoảng 1 phút. Sau đó cho bơ mềm vào đánh khoảng 2 phút, ngừng máy dùng muỗng spatula vét dưới đáy tô, rồi tiếp tục đánh thêm 1 phút.

Phần 3   Cho sữa tươi, vanilla vào đánh khoảng 2 phút, ngừng máy dùng muỗng spatula vét dưới đáy tô.

Phần 4   Cho trứng vào từng cái một, đánh mỗi trứng khoảng 1 phút, đến trứng cuối cùng đánh khoảng 2 phút. Đổ hỗn hợp vào khuôn và đem nướng khoảng 50-60 phút. Dùng que tre xâm vào giữa bánh và rút ra, nếu bột không dính que, thì bánh đã chín. Nếu mặt bánh chưa được vàng đậm thì chuyển lửa trên (broil). Lưu ý không để cháy. Khi mặt bánh có màu vàng đậm là được. Lấy bánh ra khỏi lò phết bơ hơ chảy lên mặt bánh.

Bánh Thuẩn

Nguyên Liệu:

- 24 ounces bột gạo tươi
- 6 ounces bột bắp (corn starch)
- 16 ounces đường cát
- 16 ounces nước nóng
- 1/8 muỗng cà phê màu vàng (yellow food color
- 4 muỗng cà phê bột nổi (baking powder)
- Baking cups
- Khuôn

Cách Làm:

Phần 1   Đem đường cát, nước nóng quậy cho tan, đặt lên bếp nấu sôi, rồi để nguội.

Phần 2   Cho bột gạo tươi, bột bắp, màu vàng và bột nổi vào tô của máy đánh trứng, đánh với tốc độ số 2. Sau đó lấy nước đường ở phần 1, đổ từ từ vào đánh khoảng 2 phút.

Phần 3   Bắc nồi nước lên nấu cho thật sôi, múc hỗn hợp vào khuôn có lót baking cups sẵn và hấp khoảng 14 -16 phút.

Bánh Trứng Bồ Đào Nha

Nguyên Liệu:

Vỏ bánh (Xin xem phần vỏ bánh trứng Egg-custard)

Nhân trứng:

- 8 ounces nước
- 6 ounces đường cát
- 3 trứng gà lớn (jumbo)
- 3 lòng đỏ trứng gà
- 5 ounces sữa evaporated milk
- 5 muỗng canh heavy cream

Cách Làm:

Phần 1: Đường cát, nước sôi quậy cho tan, rồi để nguội.

Phần 2: Cho trứng gà, lòng đỏ trứng vào tô nhỏ đánh tan, chứ không đánh nổi. Sau đó đổ nước đường, sữa evaporated milk vào trộn đều, rồi cho vào rây lọc, lấy giấy napkin vớt bỏ bọt. Khi sắp nướng bánh trứng Bồ Đào Nha thì mới cho heavy cream vào trộn đều, sau đó đổ vào vỏ bánh và đem nướng.

Phần 3: Vặn nóng lò lửa dưới (bake) ở nhiệt độ 395 độ F trước 10 phút, cho bánh vào lò nướng khoảng 15 phút, sau đó giảm nhiệt độ xuống 330 độ F, nướng tiếp khoảng 10-13 phút thì bánh chín.

Cá Gelatin

Nguyên Liệu:

- 16 ounces nước nóng
- 16 ounces sữa tươi (whole milk)
- 8 ounces trái cây - xắt nhỏ (fruit cocktail)
- 7 ounces đường cát
- 5 ounces sữa evaporated
- 3 gói bột knox gelatin
- 1/3 muỗng cà phê màu vàng (yellow food color)
- 1 khuôn bánh hình con cá

Cách Làm:

Phần 1   Cho trái cây (xắt nhỏ) vào khuôn hình con cá.

Phần 2   Trộn đều bột knox gelatin và đường cát. Cho nước nóng vào quậy cho tan, đặt lên bếp nấu sôi, thì tắt lửa để khoảng 5 phút.

Phần 3   Cho sữa tươi, sữa evaporated, màu vàng vào khuấy đều. Đổ vào khuôn hình con cá ở phần 1. Để nguội rồi cho vào tủ lạnh đông lại.

Phần 4   Trút cá gelatin vào dĩa. Cho một chút trái cây xắt nhỏ (fruit cocktail) chung quanh và rắc lên một tí sữa evaporated cho đẹp.

Xoài Pudding

Nguyên Liệu:

- 16 ounces nước nóng
- 16 ounces sửa tươi (whole milk)
- 8 ounces đường cát
- 5 ounces sữa evaporated
- 2 gói bột knox gelatin
- 1 trái xoài (xắt nhỏ)
- 1/3 muỗng cà phê màu vàng (yellow food color)
- Whipped light cream (tùy thích)
- Mango concentrated juice (tùy thích)

Cách Làm:

Phần 1   Cho xoài xắt nhỏ vào chén hoặc ly.

Phần 2   Trộn đều bột knox gelatin và đường cát. Sau đó đỗ nước nóng vào quậy cho tan. Rồi để lên bếp nấu sôi, thì tắt lữa, để trên bếp khoảng 5 phút.

Phần 3   Cho sữa tươi, sữa evaporated, màu vàng, mango concentrated juice vào quậy đều. Múc hỗn hợp vào chén hoặc ly ở phần 1. Để nguội, cho vào tủ lạnh đông lại là được.

Phần 4   Khi ăn cho vào một tí whipped light cream, thì mùi vị sẽ ngon hơn.

Trứng Hấp Sữa

Nguyên Liệu:

- 1-1/4 pounds đường cát
- 2 cups nước nóng
- 2 cups sữa tươi (whole milk)
- 7 trứng gà (extra large)
- 1/2 muỗng cà phê vanilla

Cách Làm:

Phần 1   Lấy nước nóng đổ vào đường cát quậy cho tan, đặt lên bếp nấu cho sôi, rồi để nguội.

Phần 2   Cho trứng vào tô của máy đánh trứng, đánh với tốc độ số 3 khoảng 4 phút. Đánh tan chứ không đánh nổi - cho sữa tươi, vanilla và lấy nước đường ở phần 1, đổ vào đánh tiếp 1 phút. Sau đó đổ ra rây lọc. Lấy giấy napkin vớt bỏ bọt.

Phần 3   Múc hỗn hợp trứng vào trong chén, lấy giấy kiếng (plastic wrap) bọc mặt chén lại, cho nước đừng nhỏ vào. Bắt nồi nước lên nấu sôi, thì giảm lửa vừa, cho chén trứng sữa vào hấp cách thủy khoãng 14-16 phút. Có thể dùng với nước đường gừng (tùy thích).

Bánh Trứng (Egg Custard)

Cách Làm Vỏ Bánh

Nguyên Liệu:

Lớp Dầu:
- 24 ounces margarine mềm
- 20 ounces bột mì (cake flour)

Lớp Bột:
- 8 ounces bột mì (high gluten flour)
- 8 ounces bột mì (cake flour)
- 8 ounces nước lạnh
- 2 ounces margarine mềm
- 1 trứng gà
- Khuôn mẫu cắt bột
- Nhân trứng (xin xem phần nhân trứng)

Cách Làm: **Lớp Bột**

Phần 1: **Lớp Bột**
Cho tất cả nguyên liệu của lớp bột vào tô của máy đánh trứng. Đánh với tốc độ số 2, cho đến khi bột không dính thành tô nữa, thì lấy bột ra bàn đã có phủ bột áo và nhồi sơ lại, rồi để riêng.

Phần 2: **Lớp Dầu**
Cho dầu margarine mềm vào tô của máy đánh trứng. Đánh với tốc độ số 3, khoảng 4 phút. Sau đó cho bột mì vào đánh chung cho đều, rồi ngừng máy.

Phần 3 Lấy ở phần 1, lớp bột, dùng tay ấn vừa mỏng như hình chữ nhật, sau đó lấy ở phần 2, lớp dầu để lên mặt lớp bột cho bằng nhau-dùng giấy kiếng bọc lại, cho vào tủ lạnh 4 tiếng.

Phần 4 Lấy bột ra bàn có phủ bột áo, lớp bột để dưới cán vừa mỏng, rồi từ phía bên trái, xếp vào giữa khoảng 1/3. Rồi lấy bên phải đắp lên bên trái. Sau đó cán mỏng. Lập lại cách xếp thêm một lần nữa.

Phần 5: Tiếp tục cán mỏng thành hình chữ nhật, rồi từ bên trái xếp vào giữa khoảng ¼. Rồi từ phía bên phải xếp vào giữa ¼. Sau đó lấy phần bên trái đắp lên phần bên phải. Dùng giấy kiếng bọc lại, để vào tủ lạnh 2 tiếng - hoặc để qua đêm.

Phần 6 Lấy bột ra bàn có phủ bột áo cán mỏng. Lấy khuôn bánh cắt ra từng miếng, rồi cho vào tủ lạnh 1 tiếng hoặc để qua đêm.

Phần 7 Để vỏ bánh vào khuôn, dùng ngón tay cái ấn bột cao lên cho bằng khuôn bánh rồi cho vào tủ lạnh 4 tiếng hoặc để qua đêm càng tốt.
<u>Ghi Chú</u>**:** Vỏ bánh trứng này có thể làm sẵn, để đông lạnh, giữ được 1 tháng.

Phần 8 Vặn nóng lò lửa dưới (bake) ở nhiệt độ 395 độ F trước 10 phút. Lấy nhân trứng đổ vào trong vỏ bánh đầy khoảng 80% và nướng khoảng 15 phút. Sau đó giảm nhiệt độ xuống 350 độ F, nướng tiếp khoảng 10 phút, thì bánh chín.

45

Nhân Trứng Egg Custard

Nguyên Liệu:

- 8 ounces nước sôi
- 6 ounces đường cát
- 4 trứng gà lớn (jumbo)
- 1 muỗng cà phê vanilla
- 5 ounces sữa evaporated milk
- một tí màu vàng (yellow food color)

Cách Làm:

Phần 1:   Đem nước sôi, đường cát quậy cho tan, rồi để nguội.

Phần 2:   Cho trứng gà vào tô nhỏ đánh tan, chứ không đánh nổi. Sau đó cho sữa evaporated milk, màu vàng, vanilla, và lấy ở phần 1, nước đường đổ vào trộn đều, rồi cho vào rây lọc, lấy giấy napkin vớt bỏ bọt. Nhân trứng nầy có thể giữ trong tủ lạnh được 4 ngày.

Phần 3:   Khi nướng bánh trứng thì múc nhân bánh trứng cho vào khuôn vỏ bánh đầy khoảng 80% và nướng.

Ủ Bột Làm Bánh Bao Xá Xíu Hấp

Nguyên Liệu:

- 2-1/4 pounds bột mì (wheat flour)
- 22 ounces nước
- 3 ounces bột cái bánh bao

Cách Làm:

Phần 1: Cho tất cả nguyên liệu vào tô của máy đánh trứng, đánh với tốc độ số 1 chậm, cho đến khi bột không dính thành tô nữa là được. Không nên đánh lâu quá.

Phần 2: Lấy bột ra cho vào thau có thoa dầu lard hoặc dầu shortening. Dùng giấy kiếng (plastic wrap) bọc lại, rồi lấy nắp đậy lại, để chổ ấm và ủ khoảng 15 tiếng.

Ghi Chú: Thường ủ bột làm bánh bao xá xíu hấp, khoảng 4 hoặc 5 giờ chiều, và chờ đến sáng hoặc trưa hôm sau mới làm.

Bột Cái Để Làm Bánh Bao
(Để ủ bột bánh bao xá xíu hấp)

Nguyên Liệu:

- 10 ounces bột mì (cake flour)
- 4 ounces nước
- 4 ounces cơm rượu
- 2 muỗng cà phê bột nổi (baking powder)

Cách Làm: Cho tất cả nguyên liệu vào thau nhỏ trộn đều, dùng giấy kiếng bọc lại, để chổ ấm và ủ khoảng 2 đêm là được.

Quý vị cần phải có bột cái này để ủ bột làm bánh bao xá xíu hấp.

Nên nhớ: Mỗi lần đánh bột ủ làm bánh bao xá xíu hấp, nên chừa 6 ounces bột ủ để làm bột cái cho bánh bao lần sau. Bởi vì không cần làm lại bột cái nữa. Có bột ủ là được.

Thịt Xá Xíu

Nguyên Liệu:

- 24 ounces thịt heo nạc (xắt miếng mỏng)
- 1 muỗng canh dầu hào
- 1 muỗng canh hoisin sauce
- 3 muỗng canh nước
- 3 muỗng cà phê đường cát
- 1 muỗng cà phê muối
- 1/4 muỗng cà phê chicken broth mix
- 1/8 muỗng cà phê màu đỏ (Red food color)
- 1 ít bột tỏi (garlic powder)
- 1 ít tiêu trắng
- 1 ít ngủ vị hương

Cách Làm:

Phần 1: Trộn đều đường cát, muối, chicken broth mix, tiêu, ngủ vị hương, bột tỏi. Sau đó cho thịt heo vào trộn đều để khoảng 10 phút.

Phần 2: Trộn đều dầu hào, hoisin sauce, màu đỏ, nước, rồi cho vào ở phần 1. Thịt heo ướp xong để khoảng 8 tiếng hoặc qua đêm.

Phần 3: Vặn nóng lò lửa dưới (bake) ở nhiệt 325 độ F trước 10 phút, sau đó cho thịt heo vào khay, rồi cho vào lò nướng khoảng 30-40 phút, tùy theo chiều dầy của miếng thịt. Lấy dao cắt miếng thịt, nếu thịt không còn đỏ thì đã chín. Lấy thịt ra khỏi lò và để nguội.

Nhân Xá Xíu Sauce

(Để làm nhân xá xíu cho bánh bao nướng và bánh bao hấp)

Nguyên Liệu:

- 2 ounces bột mì (cake flour)
- 2 ounces bột năng
- 1 ounce bột bắp
- 8 ounces đường cát
- 24 ounces nước
- 2 ounces dầu hào
- 1 ounces dầu ăn
- 1 ounce xì dầu (loại nhẹ)
- 1 muỗng cà phê chicken broth mix
- 1 muỗng cà phê muối
- 1 ít củ hành, gừng, hành lá xắt nhỏ
- 1 ít màu đỏ (red food color)

Cách Làm:

Phần 1: Hỗn hợp bột mì, bột năng, bột bắp và 8 ounces nước trộn đều, để một bên.

Phần 2: Bắc chảo nóng, cho 1 ounce dầu ăn vào chảo, cho hành lá, gừng và củ hành tây vào phi cho thơm. Sau đó, cho 16 ounces nước còn lại vào nấu. Khi sôi giảm lửa vừa, vớt bỏ hành lá, gừng và củ hành tây ra. Kế cho dầu hào, xì dầu nhẹ, màu đỏ và chicken broth mix vào khuấy cho đều.

Phần 3: Lấy hỗn hợp ở phần 1, đổ vào ở phần 2. Vừa đổ vừa khuấy liên tục cho đến khi đặc. Sau đó cho 1 tí dầu ăn vào trộn đều là được. Múc ra để nguội, rồi cho vào tủ lạnh 5 tiếng hoặc để qua 1 đêm thì càng tốt.

Phần 4: Lấy 16 ounce xá xíu xắt hạt lựu và 16 ounces nhân xá xíu sauce trộn đều là được.

*Đây là nhân xá xíu để làm bánh bao xá xíu hấp và bánh bao xá xíu nướng.

Vỏ Bánh Bao Nướng

Nguyên Liệu:

- 2 ½ pounds bột mì (High gluten flour)
- 8 ounces đường cát
- 5 ounces sữa evaporated
- 4 ounces dầu shortening hoặc dầu lard
- 2 trứng gà
- 13 ounces nước ấm (105 độ F)
- 1 muỗng canh dầu ăn
- 3 gói men nổi (dry yeast)

Cách Làm:

Phần 1 Trộn men, 1 muỗng canh đường cát và nước ấm vào tô nhỏ quậy một tí, rồi để khoảng 10 phút, thì nổi bọt.

Phần 2 Đem bột mì, trứng gà, dầu lard hoặc shortening, đường cát, sữa evaporated và lấy ở phần 1, hỗn hợp men cho vào tô của máy đánh trứng, đánh với tốc độ số 2, cho đến khi bột không dính thành tô nữa, thì cho dầu ăn vào, tiếp tục đánh cho đều và bột không dính tô là được.

Phần 3 Lấy bột ra cho vào thau có thoa dầu, dùng giấy kiếng bọc lại, để nơi ấm khoảng 1 tiếng 40 phút, hoặc nở lên gấp đôi là được.

Phần 4 Vỏ mạnh bột vài lần, rồi nhồi sơ lại, cắt bột ra từng phần nhỏ, mỗi phần khoảng 2 ounces, vo tròn để vào khay.

Ghi Chú: Vỏ bánh bao nướng nầy, có thể làm được nhiều loại bánh khác nhau "cùng vỏ khác nhân":
- Bánh bao xá xíu nướng
- Bánh bao khóm
- Bánh bao kem

Bánh Bao Xá Xíu Hấp

Nguyên Liệu:

- 3 pounds bột ủ (xin xem phần ủ bột làm bánh bao xá xíu hấp)
- 10 ounces bột mì (wheat flour hoặc cake flour)
- 1 muỗng canh nước
- 12 ounces đường cát
- 1-1/2 muỗng canh bột nổi (baking powder)
- 1-1/2 muỗng cà phê bột khai (ammonium carbonate powder)
- Giấy sáp (waxed paper) cắt vừa cho mỗi cái bánh
- Nhân xá xíu (xin xem phần nhân xá xíu)

Cách Làm:

Ghi Chú: Trước khi đánh bột ủ làm bánh bao xá xíu hấp, nên nhớ chừa trước 6 ounces bột ủ, để làm bột cái bánh bao cho lần sau.

Phần 1   Bột mì, bột nổi đem rây chung, rồi để một bên.

Phần 2   Cho bột ủ, đường cát, và bột khai vào tô của máy đánh trứng, đánh với tốc độ số 2, khoảng 5 phút, ngừng máy. Lấy ở phần 1, bột mì đã rây cho vào đánh với tốc độ số 1 chậm, khoảng 2 phút, rồi đổ nước vào đánh tiếp khoảng 1 phút. Sau đó cho một tí bột mì khoảng 2-4 ounces vào tiếp tục đánh cho đến khi bột không dính thành tô nữa là được, không nên đánh lâu quá (nếu cảm thấy bột vẫn còn hơi nhảo, thì cho thêm chút bột mì. Nếu bột hơi khô, thì cho thêm chút nước). Lấy bột ra bàn có phủ bột áo nhồi sơ sơ, dùng giấy kiếng bọc lại.

Phần 3   Chia bột thành từng phần, vo tròn dài, cắt ra từng phần nhỏ, mỗi phần khoảng 2 ounces, dùng tay ấn bột hoặc dùng cây cán bột tròn vừa mỏng, cho nhân xá xíu vào giữa xếp lại, để trên giấy sáp.

Phần 4   Bắt nồi nước lên nấu cho thật sôi, cho bánh vào hấp khoảng 10-12 phút. Không nên mở nắp ra trong khi hấp bánh.

Ghi Chú: Thường ủ bột làm bánh bao xá xíu hấp khoảng 4-5 giờ chiều và chờ đến sáng hoặc trưa hôm sau mới làm bánh bao hấp.

Bánh Bao Xá Xíu Nướng

Nguyên Liệu:

- Vỏ bánh bao nướng (Xin xem phần vỏ bánh bao nướng)
- Nhân xá xíu (xin xem phần cách làm nhân xá xíu)
- 2 lòng đỏ trứng gà
- 2 ounces đường cát
- 1 ounce nước sôi
- Giấy sáp (waxed paper)

Cách Làm:

Phần 1   Cắt võ bánh bao nướng thành từng phần nhỏ, mỗi phần khoảng 2 ounces; vo tròn để vào khay khoảng 10 phút. Sau đó dùng tay ấn bột tròn vừa mỏng, cho nhân xá xíu vào giữa gói lại, để trên giấy sáp, đặt vào khay trở lại.

Phần 2   Vặn nóng lò (warm oven) 95 độ F. Cho bánh vào lò khoảng 30-35 phút, hoặc nở lên gấp đôi là được.

Phần 3   Vặn nóng lò lửa dưới (bake) ở nhiệt độ 320 độ F trước 10 phút. Đánh tan lòng đỏ trứng gà, phết lên mặt bánh và đem nướng khoảng 20-25 phút, khi bánh có màu vàng đậm là được. Lấy bánh ra khỏi lò, phết nước đường lên mặt bánh.

Bánh Củ Cải

Nguyên Liệu:

- 9 cups nước
- 2 pounds củ cải
- 1 pound bột gạo tinh khiết
- 4 ounces bột wheat starch
- 3 ounces bột năng
- 6 ounces lạp xưởng (xắt nhỏ)
- 3 ounces tôm khô nhỏ
- 2 ounces đường cát
- 1 ounce muối
- 1 ounce chicken broth mix
- 1/3 muỗng cà phê tiêu trắng

Cách Làm:

Phần 1   Trộn đều bột gạo, bột wheat starch, bột năng, muối, đường cát, chicken broth mix, tiêu trắng và 5 cups nước vào thau nhỏ, sau đó cho lạp xưởng và tôm khô vào trộn đều lại.

Phần 2   Đem củ cải gọt vỏ, xắt miếng mỏng và xắt sợi nhỏ, sau đó cho củ cải sợi vào nước luộc khoảng 6 phút. Vớt ra trộn chung với hỗn hợp ở phần 1.

Phần 3   Lấy 4 cups nước đem nấu cho thật sôi, rồi đổ vào hỗn hợp ở trên. Quậy cho đặc, múc vào khuôn có lót giấy kiếng (plastic wrap) và hấp khoảng 40-45 phút tùy theo khuôn lớn hay nhỏ, dùng que tre xâm vào giữa bánh và rút ra, nếu bột không dính que, thì bánh đã chín. Lấy bánh ra để nguội, cho vào tủ lạnh 6 tiếng hoặc để qua một đêm thì càng tốt.

Phần 4   Cắt bánh củ cải ra từng miếng, bắt chảo nóng cho dầu ăn vào chảo, cho bánh củ cải vào chiên từ từ, trở mặt cho bánh vàng và dòn cả hai bên.

Bánh Củ Cải Chiên Trứng

Nguyên Liệu:

- Bánh củ cải (xin xem phần bánh củ cải)
- 6 trứng gà
- 2 cọng hành lá
  1/4 muỗng cà phê muối
- 1/4 muỗng canh chicken broth mix
  1/2 muỗng cà phê đường cát
- Một ít tiêu trắng

Cách Làm:

Phần 1   Đánh tan trứng gà, rồi cho đường cát, muối, chicken broth mix, tiêu trắng, hành lá xắt nhuyễn vào trộn đều, để một bên.

Phần 2   Cắt bánh củ cải ra thành từng miếng nhỏ, bắt chảo nóng cho dầu ăn vào chảo, giảm lửa vừa lại, cho bánh củ cải vào chiên từ từ, trở mặt cho bánh vàng và dòn cả hai bên. Sau đó lấy hỗn hợp trứng ở phần 1, tráng lên mặt bánh chiên cho dòn lại là được. Múc ra dĩa, chấm với giấm đỏ, xì dầu.

Tương Chấm

Nguyên Liệu:

- 6 ounces xì dầu nhẹ
- 2 ounces giấm đỏ
- 2 muỗng canh đường cát
- 2 muỗng cà phê dầu ăn
- 1/2 muỗng cà phê chicken broth mix

Cách Làm: Đem tất cả nguyên liệu trên nấu sôi, rồi để nguội, thì quý vị sẽ có nước chấm cho bánh củ cải chiên trứng.

Bánh Hẹ Chiên

Nguyên Liệu:

- 16 ounces nhân xíu mại (xin xem phần nhân xíu mại)
- Vỏ há cảo (xin xem phần vỏ há cảo)
- 2 ounces hẹ xắt nhuyễn

Cách Làm:

Phần 1   Trộn đều nhân xíu mại và hẹ xắt nhuyễn, rồi cho vào dĩa.

Phần 2   Lấy vỏ há cảo cắt ra từng phần nhỏ, vo tròn để vào chính giữa tortilla press, rồi ép mỏng, cho nhân hẹ vào giữa gói lại và đem hấp khoảng 9-11 phút, lấy bánh ra để nguội.

Phần 3   Bắt chảo nóng, cho dầu ăn vào chảo, cho bánh hẹ vào chiên từ từ, trở mặt cho bánh vàng và dòn cả hai bên là được.

Bánh Hẹ Hấp

Nguyên Liệu:

- 3 pounds tôm (cỡ 70-90 không vỏ)
- 3 ounces hẹ xắt nhỏ
- 3 muỗng cà phê đường cát
- 2 muỗng cà phê chicken broth mix
- 1 ounce bột khoai tây (potato starch)
- 2 muỗng cà phê muối
- 2 muỗng cà phê dầu mè
- 1 tí tiêu trắng
- Vỏ há cảo (xin xem phần vỏ há cảo)

Cách Làm:

Phần 1   Đem tôm rửa sạch, vớt lên để ráo nước, sau đó cho tôm và muối vào tô của máy đánh trứng; đánh với tốc độ số 2 khoảng 4 phút.

Phần 2   Trộn đều đường cát, chicken broth mix, tiêu trắng, bột khoai tây, rồi cho vào ở phần 1 đánh khoảng 2 phút.

Phần 3   Lấy hẹ xắt nhuyễn và dầu mè cho vào hỗn hợp ở trên đánh thêm khoảng 1 phút. Múc ra dĩa, bỏ vào tủ lạnh 3 tiếng.

Phần 4   Lấy vỏ há cảo cắt ra từng phần nhỏ, vo tròn để vào chính giữa tortilla press, rồi ép mỏng, cho nhân hẹ vào giữa xếp lại, và hấp khoảng 7-9 phút.

Xíu Mại

Nguyên Liệu:

- 22 ounces thịt heo nạc xắt nhỏ
- 22 ounces tôm (cỡ 70-90 không vỏ)
- 5 ounces nấm đông cô
- 4 ounces nước lạnh
- 1 muỗng canh bột khoai tây (potato starch)
- 3 muỗng cà phê đường cát
- 2 muỗng cà phê chicken broth mix
- 1 muỗng canh dầu mè
- 1 ít tiêu trắng
- 2 muỗng cà phê muối
- 1 gói da hoành thánh tròn

Cách Làm:

Phần 1   Lấy nấm đông cô đem ngâm nước nóng khoảng 5 tiếng. Sau đó rửa sạch, để ráo nước và xắt nhỏ.

Phần 2   Thịt heo nạc xắc nhỏ. Tôm và muối cho vào tô của máy đánh trứng, đánh với tốc độ số 2, khoảng 4 phút. Sau đó đổ nước lạnh vào đánh tiếp khoảng 2 phút.

Phần 3   Trộn đều đường cát, chicken broth mix, tiêu trắng, bột khoai tây (potato starch). Cho vào ở phần 2, đánh với tốc độ số 1, chậm khoảng 2 phút. Sau đó lấy ở phần 1, nấm đông cô đã được xắt nhỏ và dầu mè cho vào đánh thêm 2 phút rồi múc ra dĩa.

Phần 4   Lấy da hoành thánh tròn cho nhân xíu mại vào giữa gói lại và đem hấp khoảng 10-12 phút.

Há Cảo

Nguyên Liệu:

- 2-1/2 pounds tôm (cỡ 70-90 không vỏ)
- 6 ounces măng sợi xắt nhuyễn
- 1 muỗng canh bột khoai tây (potato starch)
- 3 muỗng cà phê đường cát
- 2 muỗng cà phê chicken broth mix
- 2 muỗng cà phê muối
- 1 muỗng canh dầu mè
- 1 ít tiêu trắng

Cách Làm:

Phần 1 Đem tôm rửa sạch, vớt lên để ráo nước; sau đó cho tôm và muối vào tô của máy đánh trứng, đánh với tốc độ số 2 khoảng 4 phút.

Phần 2 Trộn đều đường cát, chicken broth mix, tiêu trắng, bột khoai tây, rồi cho vào ở phần 1 đánh khoảng 2 phút.

Phần 3 Lấy măng sợi xắt nhuyễn và dầu mè cho vào hỗn hợp trên đánh thêm 1 phút, múc ra dĩa, cho vào tủ lạnh 3 tiếng.

Phần 4 Lấy võ há cảo cắt ra từng phần nhỏ, vo tròn để vào chính giữa tortilla press, rồi ép mỏng cho nhân há cảo vào giữa xếp lại và hấp khoảng 6-7 phút.

Vỏ Há Cảo

Nguyên Liệu:

- 17 ounces nước sôi
- 8 ounces bột wheat starch
- 4 ounces bột năng
- 1 muỗng cà phê dầu lard

Cách Làm:

Trộn đều bột wheat starch, bột năng vào tô nhỏ, sau đó lấy nước sôi đổ vào quậy khoảng 1 phút rồi lấy khăn đậy lại, để khoảng 5 phút.

Cho dầu lard vào nhồi, có phủ một chút bột áo, bột wheat starch trên bàn, nhồi thành cục bột, sau đó lấy bao nylon bọc lại. Bột há cảo này dùng để làm vỏ bánh há cảo, bánh hẹ hấp, bánh hẹ chiên, và Lâm Thái X.O. cảo, v.v.

Chạo Tôm

Nguyên Liệu:

- 2 1/2 pounds tôm (cỡ 70-90 không vỏ)
- 8 mực nang
- 2 ounces mỡ heo (tùy thích)
- 2 ounces bột năng hoặc bột khoai tây (potato starch)
- 5 muỗng cà phê đường cát
- 2 muỗng cà phê muối
- 3 muỗng cà phê chicken broth mix
- 1 muỗng canh dầu mè
- 1 ít tiêu trắng

Cách Làm:

Phần 1: Đem tôm rửa sạch và vớt lên để ráo nước. Sau đó cho tôm, mực nang vào máy xay chung (nếu dùng mỡ heo thì phải xay mỡ heo riêng)

Phần 2: Cho tôm, mực nang đã xay, bột năng hoặc bột khoai tây và muối vào tô của máy đánh trứng, dánh với tốc độ số 4 khoảng 6 phút.

Phần 3: Trộn đều đường cát, chicken broth mix, tiêu trắng và dầu mè, (nếu dùng mỡ heo thì cho vào cùng lúc) ở phần 2, đánh khoảng 5 phút.

Phần 4: Múc hỗn hợp cho vào thau nhỏ, dùng giấy kiếng (plastic wrap) bọc lại để vào tủ lạnh, giữ được 4 ngày.

Bánh Khoai Môn Chiên Tôm

Nguyên Liệu:

- 16 ounces chạo tôm (xin xem phần chạo tôm)
- 16 ounces khoai môn (loại củ lớn)
- 10 ounces bột khoai tây (potato starch)

Cách Làm:

Phần 1   Đem khoai môn gọt vỏ, rồi bào thành miếng mỏng và xắt sợi nhỏ. Sau đó đem ngâm nước khoảng 5 phút. Vớt lên, để ráo nước khoảng 4 phút.

Phần 2   Cho bột khoai tây vào khoai môn sợi ở phần 1, trộn đều (nếu cảm thấy khoai môn sợi vẫn còn hơi ướt, thì cho thêm chút bột khoai tây, nếu hơi khô, thì rắc một tí nước.

Phần 3   Lấy chạo tôm, vo tròn thành viên nhỏ, lăn vào khoai môn sợi ở phần 2, dùng tay ấn vừa mỏng, rồi chiên với nhiệt độ 325 F khoảng 6-7 phút.

Càng Cua Bọc Tôm

Nguyên Liệu:

- 16 ounces chạo tôm (xin xem cách làm chạo tôm)
- 10 cái càng cua
- 1/3 gói bún gạo khô
- Dầu ăn

Cách Làm:

Phần 1   Cho dầu ăn vào chảo hay trong xoong đun nóng, để lửa cao vừa. Cho bún gạo khô vào chiên. Khi bún phồng lên, thì vớt ra để nguội, rồi bóp nhuyễn.

Phần 2   Lấy chạo tôm vo tròn viên lớn. Đặt càng cua vào giữa, sau đó lăn vào bún gạo chiên, rồi bỏ vào dầu chiên với nhiệt độ 325 độ F khoảng 10-12 phút.

****

Tôm Chiên

Cách Làm: Lấy chạo tôm vo tròn viên nhỏ. Lăn vào bún gạo chiên, rồi bỏ vào dầu chiên khoảng 7-9 phút.

Lâm Thái X.O. Sauce

Nguyên Liệu:

- 8 ounces scallop khô nhỏ (small dried scallop)
- 8 ounces tôm khô nhỏ
- 8 ounces thịt ham
- 5 ounces tỏi
- 5 ounces củ hành đỏ
- 3 ounces ớt xanh dài
- 2 muỗng canh nước mắm
- 1/2 muỗng canh chicken broth mix
- 4 cups dầu ăn
- 3-3/4 cups dầu ăn (để riêng)

Cách Làm:

Phần 1   Scallop khô đem ngâm nước khoảng 8 tiếng. Vớt ra cho nước vào nấu, khi sôi giảm lửa nhỏ, nấu tiếp khoảng 2 tiếng 30 phút. Vớt ra bóp nhuyễn ra từng sợi khi còn nóng. Nếu để qua một đêm mới chiên thì càng tốt.

Phần 2   Cho 4 cups dầu ăn vào chảo hay xoong đun nóng để lửa vừa (medium heat). Lấy ở phần 1, scallop đã được bóp nhuyễn cho vào dầu, vừa chiên vừa trộn liên tục cho đến khi scallop có màu nâu đậm là được (Lưu ý: không để cháy). Vớt ra để nguội - đây là scallop chà bông.

Phần 3   Dùng lại dầu ở phần 2, đun nóng để lửa cao vừa (medium high). Chiên riêng từng thứ một: tỏi, củ hành đỏ, ớt xanh dài, thịt ham và tôm khô cho đến khi có màu nâu đậm (không để cháy). Vớt ra để nguội, rồi cho vào máy xây chung.

Phần 4   Cho 3-3/4 cups dầu ăn vào chảo hay xoong đun nóng, để lửa vừa (medium heat). Lấy hỗn hợp phần 3, cho vào dầu quậy liên tục khoảng 20 phút. Tắt lửa, quậy thêm 3 phút. Sau đó lấy ở phần 2, scallop chà bông, nước mắm, chicken broth mix cho vào trộn đều, múc ra để nguội.

Ghi Chú: Quý vị đã có Lâm Thái X.O. Sauce. Sauce nầy dùng làm Cơm chiên Lâm Thái X.O. Sauce, Đồ biển Lâm Thái X.O. Sauce, Cháo Hải sản Lâm Thái X.O. Sauce và Lâm Thái X.O. Sauce Cảo, vv...

Scallop Chà Bông

Nguyên Liệu:

- 16 ounces scallop khô nhỏ (small dried scallop)
- 4 cups dầu ăn

Cách Làm:

Phần 1   Scallop khô đem ngâm nước khoảng 8 tiếng. Vớt ra, cho nước vào nấu khi sôi; giảm lửa nhỏ, nấu tiếp khoảng 2 tiếng 30 phút. Vớt ra bóp nhuyễn ra từng sợi khi còn nóng, nếu để qua một đêm mới chiên, thì càng tốt.

Phần 2   Cho 4 cups dầu ăn vào chảo hay xoong đun nóng để lửa trung (medium heat). Lấy ở phần 1 scallop đã được bóp nhuyễn cho vào dầu, vừa chiên vừa trộn liên tục cho đến khi có màu nâu đậm là được (lưu ý: không để cháy). Vớt ra để nguội (gọi là scallop chà bông). Không nên để vào tủ lạnh.

Ghi Chú: Quý vị đã có scallop chà bông. Khi quý vị xào cơm chiên Lâm Thái X.O. Sauce, rắc một ít scallop chà bông lên dĩa cơm, hoặc có thể dùng với cháo trắng (tùy thích).

Cơm Chiên Lâm Thái X.O. Sauce

Nguyên Liệu:

- 1 ounce thịt cua
- 1 ounce tôm xắt nhỏ
- 1 ounce scallop xắt nhỏ
- 1 muỗng canh Lâm Thái X.O. sauce
- 1 muỗng canh hành lá, lấy phần trắng xắt nhỏ
- 1/2 muỗng cà phê muối
- 1/4 muỗng cà phê chicken broth mix
- 1/2 muỗng cà phê đường cát
- 2 lòng trắng trứng gà
- 1 lòng đỏ trứng gà
- 1 muỗng canh scallop chà bông
- 1 ít tiêu trắng
- dầu ăn
- 2 chén cơm trắng

Cách Làm:

Phần 1 Đun nước sôi lên để trụng tôm, thịt cua, scallop trong vài giây, sau đó vớt ra để một bên.

Phần 2 Bắc chảo nóng vừa, cho dầu ăn vào chảo, rồi cho lòng trắng trứng gà vào, dùng xạng đánh nhẹ khoảng 10 giây cho lòng trắng tơi ra thành sợi, sau đó tăng độ nóng, kế cho lòng đỏ vào trộn chung vài giây, rồi múc ra trộn với phần 1 ở trên.

Phần 3 Bắc chảo nóng, cho dầu ăn vào chảo, cho cơm vào xào khoảng 1 phút 30 giây, sau đó cho muối, đường cát, chicken broth mix, tiêu trắng, Lâm Thái X.O. sauce vào xào tiếp khoảng 30 giây. Sau cùng, lấy hỗn hợp ở phần 1 và hành lá cho vào xào thêm 1 phút, sau đó múc ra dĩa rồi rắc scallop chà bông lên mặt dĩa cơm.

Lâm Thái X.O. Sauce Cảo

Nguyên Liệu:

- 3 pounds tôm (cỡ 70-90 không vỏ)
- 3 ounces củ cải đỏ xắt nhuyễn
- 1 ounce măng sợi xắt nhuyễn
- 2 muỗng canh Lâm Thái X.O. Sauce
- 2 muỗng canh bột khoai tây (potato starch)
- 3 muỗng cà phê đường cát
- 2 muỗng cà phê muối
- 2 muỗng cà phê chicken broth mix
- 1 muỗng canh dầu mè
- một ít tiêu trắng
- Vỏ há cảo (xin xem phần vỏ há cảo)

Cách Làm:

Phần 1: Đem tôm rửa sạch, vớt ra để ráo nước. Sau đó cho tôm và muối vào tô của máy đánh trứng, đánh với tốc độ số 2, khoảng 4 phút.

Phần 2: Trộn đều đường cát, chicken broth mix, tiêu trắng, bột khoai tây cho vào ở phần 1, đánh khoảng 3 phút. Sau đó trộn đều măng sợi xắt nhuyễn, củ cải đỏ xắt nhuyễn, Lâm Thái X.O. Sauce, và dầu mè cho vào hỗn hợp trên, đánh với tốc độ số 1, chậm khoảng 1 phút. Múc ra dĩa bỏ vào tủ lạnh 3 tiếng.

Phần 3: Lấy vỏ há cảo cắt ra từng phần nhỏ, vo tròn cho vào chính giữa tortilla press, ép mỏng, cho nhân X.O. Sauce vào giữa gói lại. Lấy chút tôm bầm nhuyễn, pha với chút màu vàng rồi rắc một tí lên trên mặt bánh và đem hấp khoảng 7-8 phút.

CPSIA information can be obtained
at www.ICGtesting.com
Printed in the USA
LVIW021803290413
331447LV00002B

9781452064079